கவிதையுடன் நாம் சிந்தனைப் பெண்களின் சாதனை களம்

தொகுப்பாசிரியர்

கவிஞர் மா.அம்பிகாதினேஷ்

aelay
publish

கவிதையுடன் நாம்
சிந்தனைப் பெண்களின் சாதனை களம்
கவிதை
ஆசிரியர் : **தொகுப்பாசிரியர் .கவிஞர் மா.அம்பிகாதினேஷ்** ©
முதல் பதிப்பு : ஜூலை *2022*
வெளியீடு : ஏலே பதிப்பகம்
5/175, பாத்திமா நகர், கூத்தென்குழி,
திருநெல்வேலி - *627104*
தொடர்புக்கு : *+91 9944992571*

First Edition : July 2022
Pages: 36
ISBN : 978-93-5533-428-2
Aelay Publish
Contact : +91 9944992571
Designed by : Aelay publish team

என்னுரை

என் பெயர் மா.அம்பிகாதினேஷ் திருமணமாகி பதினெட்டு வருடங்கள் என் அன்பு கணவரோடு ஒவ்வொரு நாளும் புது வாழ்வோடு வாழ்ந்து வருகிறேன்.

என் சொந்த ஊர் தென்காசி மாவட்டம்,சங்கரன்கோவில் வட்டம் கரிவலம்வந்தநல்லூர் ,எனும் கோயில் சிறப்பு வாய்ந்த ஊரில் வாழ்ந்து வருகிறேன் என்பதில் பெருமிதம்.

எங்கள் வாழ்வின் அடையாளமாக இரண்டு குழந்தை செல்வங்கள் இயற்கை அளித்த வரங்கள்

எனது கல்லூரி காலங்களிலிருந்தே கவிதை கதை எழுதுவதில் ஆர்வம் அதிகம்.ஆகவே என் கற்பனையோடு முற்றுப்புள்ளி வைக்காமல் ,மற்றவரின் கற்பனைகளை கனவுகளை நனவாக்க

கவிதையுடன் நாம் எனும் ஒரு சிறிய எழுத்து குடும்பத்தை உருவாக்கியுள்ளேன்.

அவர்களின் முதல் படைப்பே "உந்தன் பெண்மை"
பெண்மை
எதிலும் எப்போதும்
எங்கும் எவ்விடத்திலும்
ஆண்மைக்கு நிகரே
என்பதில் மாற்று கருத்து இல்லை

அடுத்தவர் மகிழ்வில் வாழ்தல் ஆனந்தம், மற்றவரை மகிழ்வித்து வாழ். வாழ்வின் சூட்சுமம் அறிவாய் கூட்டு முயற்சி ஏட்டில் இன்று எனது தோழி , தோழன் ஸ்ரீதேவி, இதயவாசகனின் உந்துதலே இதற்கு காரணம்

"கவிதையுடன் நாம்"
சிந்தனைப் பெண்களின் சாதனைக் களம்

கவிதையுடன் நாம்
இயக்குனர்
கவிஞர்.மா.அம்பிகாதினேஷ்
அம்பிகாதினேஷ்..B.com,pgdcfad

வாழ்த்துரை ... இதயவாசகன்

வாழ்த்துரை வழங்கும் முன் சிறு கவிவரிகளை சமர்ப்பிக்க விழைகிறேன்...

பெண்

இரண்டெழுத்து இரும்புச் சொல்லால்
    ஆனவள்!
இமயம் வியக்கும் உயரம்
    கொண்டவள்!
ஆக்கும் சக்தி அழிக்கும் சக்தி
    இரண்டிலும் தேர்ந்தவள்!
பூக்கள் நிறைந்த
    நந்தவனம்!
வண்ணங்கள் நிறைந்த
    வானவில்!
அன்பின் ஆதி
    அன்னையாய்
துயர் தாங்கிப்பிடிக்கும்
    தாரமாய்
இன்னும் இன்னும் பல
    பரிமாணங்களில்
அன்பால் நம்மை
    ஆட்சி புரிபவள்!

பெண்

அப்பேற்பட்ட பெண்கள் பலர் இன்று வீட்டில் விட்டில் பூச்சிகளாய் திறமை இருந்தும் வெளியே வரமுடியாமல் தவித்துக் கொண்டிருக்கின்றனர். அவர்களைக் கண்டறிந்து அவர்கள் திறமைக்கு உரமிட்டு

ஒப்பற்ற சக்தியாக உருவாக்கி இன்று உலகறிய தம் எழுத்துக்களால் மிளிரச் செய்து கொண்டு இருக்கிறார் நம் கவிஞர் மா.அம்பிகா தினேஷ்.

"கவிதையுடன் நாம்" பல "சிந்தனை பெண்களின் சாதனைக் களம்" என்ற குடும்பத்தை உருவாக்கி பல வெற்றிகளை நோக்கி வழிநடத்திக் கொண்டிருக்கிறார். அவரின் முதல் முயற்சி இந்நூல். உந்தன் பெண்மை. பெண்மையின் சக்தியை உலகறியச் செய்ய போராடும் அவர்கள், அவர் முயற்சியையும் உடன் சேர்ந்து தன் எழுத்துக்களால் வானில் சிறகடித்து பறக்கும் எழுத்தாளர்களுக்கும் என் இதயம் கனிந்த வாழ்த்துக்கள்.

இங்ஙனம்
கவிஞர். இதயவாசகன்
நிறுவனர்
கவிதையுடன் நாம் குழுமம்

வாழ்த்துரை .கவிஞர் பிரமிளா சபாபதி

மங்கையராகப் பிறப்பதற்கே - நல்ல
மாதவம் செய்திட வேண்டும் ; அம்மா!

என்பது கவிமணி தேசிக விநாயகம் பிள்ளை அவர்களின் முத்தான கவி வரிகள் கூறும் பெண்மையின் மேன்மை.

பெண் சிசுவை கருவிலேயே கலைக்கும் காலத்தில் பெண்களின் பெருமையையும் அருமையும் கூறி, பெண்ணின் பெருமை பற்றி பேசி, பெண்மையின் உன்னத உண்மைத்தன்மையை விளக்கினர் பாரதி, பாரதிதாசன், கவிமணி போன்ற கவிஞர் பலர்.

அன்று போலவே இன்றும் அந்த வரிசையில் எழுத்துலகில் சாதிக்கத் துடிக்கும் பெண்களை ஒன்றிணைத்து உருவாக்கப்பட்ட சிந்தனைப் பெண்களின் சாதனை களம், "கவிதையுடன் நாம் " குழுவின் முதல் படைப்பு முயற்சியாக,

பெண்மை பற்றிய கவிவரிகளை
கலைப்பெண்களின் கரங்களால்
கோர்க்க செய்து கோர்த்த மாலை
வாடும் முன் அச்சிலேற்றி அழகிய
குழந்தையாய் கவிஞரின் கைகளில் தவழ
பெரும் சிரத்தை எடுத்து செய்யும்

எனதருமை ஆருயிர் தமக்கை திருமதி. மா. அம்பிகா தினேஷ் அவர்களின் அற்புத முயற்சிக்கு அன்புத்தங்கையின் மனமகிழ் வாழ்த்துகளும் வணக்கங்களும்...

இந்த நூலில் கருசுமந்து குழவியை கையில் பெற காத்திருக்கும் சக கவிஞர்களுக்கும் எனது மனமார்ந்த வாழ்த்துக்கள்... இந்த புத்தகத்தின் பதிப்பு தங்கள் வாழ்வின்

நல்ல திருப்புமுனையாக அமைய என் வாழ்த்துக்களை தெரிவித்துக் கொள்வதில் பேருவகை அடைகிறேன்...

இங்ஙனம்
கவிஞர். ஆ. பிரமிளா சபாபதி.
கவிதையுடன் நாம் செயலாளர்

என் பெயர் ஆஷ்மி எஸ் . நான் *MECSE* படித்து முடித்துவிட்டு வீட்டில் இருக்கும் ஒரு சாதாரண பட்டதாரி. பிரதிலிபி மற்றும் வாட்பேட் ஆகிய இரண்டு தளங்களிலும் *Aashmi S* என்ற பெயரில் கதைகளை எழுதுகிறேன். சமூகத்தில் நடக்கும் விஷயங்களை என்னுள் எழும் தாக்கமே நான் எழும் கண்டிருக்கும் தொடர்கதைகளும் சிறுகதைகளும் அதன் அடுத்ததாக நான் எழுத ஆரம்பித்ததே கவிதைகள் கவிதை எழுதுவதில் நான் இன்னும் கத்துக்குட்டி தான் நிச்சயமாக கொஞ்சம் கொஞ்சமாக அனைத்தையும் கற்றுக் கொண்டு வாழ்வில் ஒரு நாள் அனைவரும் விரும்பிப் படிக்கும்படி கதைகளையும் கவிதைகளையும் எழுதுவேன் என்ற நம்பிக்கையில் இன்று வரை எழுதிக் கொண்டிருக்கிறேன் நன்றி.

தலைப்பு : உந்தன் பெண்மை

உதிரத்தை உணவாக தன் தொப்புள் கொடி
உறவிற்கு கொடுக்கும் பெண்ணே!!!
உந்தன் பெண்மையில் தாய்மையும் உள்ளதடி!!!

மரணவலி அனுபவித்து மறுபிறவியெடுத்து தன் சிசுவிற்கு
உயிர் கொடுக்கும் பெண்ணே!!!
உந்தன் பெண்மையில் வலிமையும் உள்ளதடி!!!

துன்பங்கள் ஆயிரம் வந்தாலும் தன் உறவானனர்களிடம்
புன்னகையை காட்டும் பெண்ணே!!!
உந்தன் பெண்மையில் மேன்மையும் உள்ளதடி!!!

தவறுகள் பல செய்தாலும் தன் மனதுக்கினியவர்களுடன்
அன்பை காட்டும் பெண்ணே!!!
உந்தன் பெண்மையில் மென்மையும் உள்ளதடி!!!

எத்தனை கோடி மனிதர்கள் இருந்தாலும்
ஒவ்வொரு உறவிற்கும் அனைத்துமாக இருக்கும்
பெண்ணே!!!
உந்தன் பெண்மையில் அனைத்தும் உள்ளதடி!!!

- கவிஞர் ஆஷ்மி.எஸ்

எனது பெயர்.கவிஞர் லெ.சங்கவி.சிவகங்கை மாவட்டம் ....கணினி ஆசிரியராக பணிபுரிகிறேன்..கதை கவிதை எழுதுவதில் ஆர்வம். பிரதிலிபி தளத்தில் எழுதி வருகிறேன்

உந்தன் பெண்மை

உயிரிலும் ஊணிலும் கலந்தவளை
உயிர் எழுத்தில் உயிர்ப்பித்தேன்!
அன்பைப் பொழிவதில்

வானமழை !
ஆளுமை செய்வதில்
அறமவள் !

இடைவிடாமல் தொடரும்
புகைவண்டி !
ஈகை கொடுத்து இனிமை
காண்பவள் !

உன்னதம் ஒன்றே அவளின்
வதனமொழி !
ஊழியம் செய்வதில்
உயிர்ப்பாவாள் !

எதார்த்தம் கொண்ட
மெய்ப்பாள் !
ஏழ்மையான நிலையிலும்
பிரகாசிப்பாள் !

ஐயம் இல்லா பரிவை
அளிப்பவள் !
ஒருபொழுதும் சுயம்
தேடாதவள் !
ஓதம் குறையாமல்

நடப்பவள் !
ஔடதமாய் என்றும்
நிறைந்தவள் !

**கவிஞர் லெ.சங்கவி,
சிவகங்கை.**

பெயர்:கவிஞர் வித்யா குட்டி

பிறந்த தேதி :7/5/1975
ஊர்: கொச்சி (கேரளா)
பணி: அழகு கலை நிபுணர்..

உனது பெண்மை

கையில் குழந்தை தலையில் செங்கல் சுமைகளையும்
தாங்கி உழைகிறாய்
அங்கே உழைப்பால் உயர்கிறது உந்தன் பெண்மை
அடுப்பு ஊதிகொண்டிருந்த நாள் கடந்து இன்று
அலுவலகம் கொண்டிருக்கிறாய்
இங்கே துணிச்சல் ஆகிறது உந்தன் பெண்மை
மண்ணில் மட்டும் அல்லாமல் விண்ணிலும் பறக்கிராய்
அங்கே உயர்கிறது புகழலாய் உந்தன் பெண்மை
சிலை வடிவில் கூட பெண்கள் தான் அழகு
அதில் கலையயவதும் உந்தன் பெண்மை
கவிதை நடையில் பெண்களின் அழகையே
வர்ணிக்கிறார்கள்
அதிலும் அழகாவது உந்தன் பெண்மை

கவிஞர் வித்யா குட்டி

பெயர்.   ஷீலாதேவிஅருணாச்சலம்
ஊர்: நாகர்கோவில்
பணி: அழகியல் துறை, யூடியூப்,வானொலி
தொகுப்பாளர்

உந்தன் பெண்மை
ஆதிக்கமற்ற பரிசுத்தமான
அன்பை பரிமாறுவதும்
உந்தன் பெண்மை
அடிமைத்தனம் சுதந்திரம்
என்பதில் அலாதி தெளிவுடன்
அமர்த்தலாக செயல்படுவதும்
உந்தன் பெண்மை
சுயமிழக்காமல் இயல்பு மாறாமல்
இலக்கை அடைவதும்
உந்தன் பெண்மை
கடமை மறவாமல் கண்ணியம்குறையாமல
கயமை கடப்பதும்
உந்தன் பெண்மை
மகளாக, மனைவியாக
சகியாக, சகோதரியாக
அன்பான அஷ்டாவதனியாக
பரிமளிப்பதும்
உந்தன் பெண்மை
போற்றுகிறேன உந்தன் பெண்மயை
பெருமிதமடைகிறேன்
நானும் பெண் என்பதற்கு

ஷீலாதேவி அருணாசலம்

சுயவிவர குறிப்பு :

பெயர்   : ஆ. பிரமிளா சபாபதி

படிப்பு   : *M. A, B. Ed, D. T. Ed,*
ஆங்கிலத்தில் முதுகலை பட்டம் மற்றும் கல்வியியல்
இளங்கலை பட்டம் பெற்று இருக்கிறேன்... இல்லம் தேடி
கல்வி திட்ட தன்னார்வலர்...

ஆர்வம் : கவிதைகள், கதைகள் எழுதுவதில் ஆர்வம்...
வளர்ந்து வரும் கவிஞர் மற்றும் எழுத்தாளர்

போற்றுதலுக்குரியது உந்தன் பெண்மை!

ஆணுக்குள் ஓர் பெண்மையும்
பெண்மைக்குள் ஓர் ஆண்மையும்
இணைத்தே படைத்தான் இறைவனவன்!

ஆண்மையை உணரும் பெண்ணை
சிங்கப்பெண்ணென ஏற்றும் இச்சமூகம்
பெண்மையை உணரும் ஆணை மட்டும்
அசிங்கமென தூற்றுவது ஏனோ?

திருநங்கை என்றே உயர்வாய்
மொழியும் நாவும் அவர்களைத்
தம் உறவாய் ஏற்க மறுப்பதேனோ?

பெண்மை உயர்ந்ததென்று
பெண்ணியம் பேசும் பலரும்
பெண்ணாய் உணர்ந்தவளை
உதாசீனம் செய்வது ஏனோ?

இப்படியே கேள்விகள் பலவிருந்தும்
உன்னுள்ளத்தில் உணரும் தாய்மையும்
உணர்வால் தோன்றிய நின்பெண்மையும்
என்றும் போற்றுதலுக்கு உரியதே!

இவள்
கவிஞர் ஆ.பிரமிளா சபாபதி,
பொம்பூர்..

சுயவிவர குறிப்பு :

பெயர் :கவிஞர் க. தேவி ராகுல்
படிப்பு :B.B.A, B.A(History), B.A(Classical dance), D.T.Ed.,

ஆர்வம் : கதை, கவிதை எழுதுவதில் ஆர்வம்... வளர்ந்து வரும் கவிஞர் எழுத்தாளர், முறையே பரதம் பயின்ற நடனக்கலைஞர்

" உந்தன் பெண்மை "

அகத்திணை புறத்திணையில்
அகப்படாத ஓர் புதுத்திணை நீயடி

அழகு ஓவியமே ஆனாலும்
உன் ஓரம் வர ஆகாதடி

உன் விரல்களே தூரிகை
உன் எண்ணங்களே வண்ணங்கள்
உன் கிறுக்கல்களே ஓவியம்

செடியில் மரணித்த பூவும் கூட
உன் தலையில் உயிர்கொள்ளுமடி

இந்த வார்த்தையில்
நம்பிக்கையில்லையா
போய் கேட்டுப்பார் பூக்கள் சொல்லுமடி

ஆசைகள் ஆயிரமாயிரம்
என்றாலும்
அதை வெளிகாட்டாமல் வலம்
வருவாய் முகத்தினில் நீயடி..

கவிஞர் க. தேவி ராகுல்
ஆசிரியை,
விழுப்புரம் மாவட்டம்.

கண்ணியம் பேசும் பெண்ணினமே,
கருத்துக்கள் பல உள்ளது உன்னிடமே,
கருவை சுமந்திடும் தாயினமே,
கழிவாய் நினைக்குது ஆணினமே,
கழுகுப் பார்வை பார்த்திடுமே,
கரடு முரடு பாதையிலும் காண்பவரை,
கடந்து சென்றிடு காணாமல்,
கற்களை கொண்டு எறிந்துவிடு,

கல்லாய் நினைக்குதே ஆணினமே,
கல்லும் அழகிய சிலையாகுமே,
கரம் கூப்பி வணங்கச் செய்திடுமே,
கண்ணுக்கு மலர்ச்சி கொடுத்திடுமே,
கதறி அழுதாலும் திரும்பிப் பாராதே,
கதறும் உனக்கே அழுகுரல் கேட்காதே,

கனவை நினைவாக்கிடவே,
கனநேரமும் வீண் செய்யாது,
கண்ணும் கருத்துமாக உழைத்திடு,
கடைக்கூட்டு காலத்திலே,
கடவுளின் கடைக்கண்பார்வையும்,
கருணை வரமாய் கிடைத்திடுமே,
கலங்கி மனமும் வருந்தாதே.

கவிஞர் தேவி சந்திரன்.ஆக்கூர்

பயோடேட்டா:
பெயர்: கவிஞர் பாண்டிச்செல்வி
ஊர்: சென்னை
வேலை: ஐடி
பொழுதுபோக்கு: வித்தியாசமான சமையல்கள்,
கதை, கவிதை எழுதுவது

தலைப்பு: உந்தன் பெண்மை

பெண்மை என்பது தாய்மை மட்டுமே
என்று சொல்லி சொல்லி
மூலையில் முடக்க நினைக்கும்
சமூகத்திற்கு உரக்க உரைத்திடு
பெண்கள் உலகம் முழுவதும்
சாதிக்கப் பிறந்தவர்கள் என்று

பழிகள் சுமத்துவற்காக அல்ல
பல பரிசுகள் குவிக்கப் பிறந்தவள் பெண

தூற்றப்படுவதற்கு அல்ல
தூய்மையான அன்பைக் கொடுக்கப் பிறந்தவள்
பெண்

வேதனைகளை சுமக்க அல்ல
சாதனைகள் புரிய பிறந்தவள் பெண்/

ஆணாதிக்கத்தால் அடக்க அல்ல
ஆளுமையால் உலகாளப் பிறந்தவள் பெண்

கற்பை வைத்து சோதிக்க அல்ல
மனமெனும் கற்பால் உள்ளத்து உறுதியோடு
இருக்கப் பிறந்தவள் பெண்

சுமைகளை சுகங்களாகத் தாங்க அல்ல
சுதந்திரப் பறவையாக வானில் பறக்கப் பிறந்தவள்
பெண்

வலிகளைத் தாங்க அல்ல
வலிமையால் வலியை வெல்ல பிறந்தவள் பெண்

அடுப்பங்கரையில் கண்ணீர் விட அல்ல
அறிவால் அன்பால் கண்ணீரைத் துடைக்கப்
பிறந்தவள் பெண்

எதிர்த்து நிற்பவர் எவராயினும்
விழித்தெழுந்து எதிர்த்து நில் பெண்ணே

காலம் மாறிப் போச்சு
கனவுகளை கானல் நீராக்கி
தலையணையைக் கண்ணீரால்
நனைத்தது போதும்
பாரதி கண்ட புதுமைப் பெண்ணாய்
அன்பால் அறிவால் வலிமையால்
ஒழுக்கத்தால் உன் திறமையின் புகழ்
விண்ணை தொடட்டும்

வீழ்ந்தாலும் தாழ்ந்தாலும்
தோற்றாலும் தூற்றப்பட்டாலும்
விதையாய் விழுந்து மண்ணைத் துளைத்து
மரமாய் விருட்சமாகி உலகாளட்டும்
உந்தன் பெண்மை

Name: R.vimala M.com
City: Salem

பெயர்: ரா.விமலா
புனைப்பெயர்:கவி பாரதி
ஊர்: சேலம்
படிப்பு:முதுகலை வணிகவியல்

உந்தன் பெண்மை

பெருமலையும் கடுகெனக் கடந்திடவே,
வனிதையின் மனதும்
நித்தமும் நில்லாமல்
நிபந்தனைகள் போட்டிடுமே

அத்தனையும்
புறம் தள்ளி
முனைப்புடன் வந்திடுவான்

நானிட்ட பாத்திரத்தில்
சிறந்த பரிசெனச்
சிலவற்றைத் தந்திடுவான்

சமத்துவமும்
சம உரிமையும்
அவனிடம் மன்றாட,
யாரும் தாழ்ந்தவர் உயர்ந்தவர் இல்லையே

என்றோ
யார் யாரோ
போராடி வாங்கிய சுதந்திரத்தை,
அவன் கையில்
நடுஇரவில் கொடுத்தவர் யாரோ?

உடையில் சுதந்திரமும்
உழைப்பில் சுதந்திரமும்
கொடுக்க யாரவனோ தெரியவில்லை !

கேள்விகள் பிறக்கின்றன என்னுள்ளே;

சில பெண்டீரும்
என் வீட்டில்
அவர் எனக்கு எல்லாவற்றிற்கும்
சுதந்திரம் கொடுத்திருக்கிறார்
என்னும் கூற்றை,
அவள் கூறக் கேட்டிருப்பீர்;

இவ்வளவு அடிமைத்தனமாம் தன்னிடத்தில்
என்பதறியா
அவளிடத்தே

உரக்கக் கூறுவார் யாரோ ?

" அடி பெண்ணே,
கட்டுண்ட கயிற்றுக்குள்,
காப்புரிமைக்கூட இல்லையடி
உன்னிடத்தே ! " என்பதைத்தான்..

விமலா கவி பாரதி

உந்தன் பெண்மை
அன்னையாய் அன்பை வாரி வழங்கும் தேவதை
அவளே
ஆழ்கடலில் கொந்தளிக்கும் சூறாவளியும்
அவளே

இன்பத்தின் பிறப்பிடமும் அவளே
ஈகை சிறக்க வாழ்விப்பவளும் அவளே
உள்ளத்தின் உணர்வையும் பார்ப்பவளே
ஊக்கத்தின் உறைவிடமும் அவளே
எண்ணி எண்ணி சிக்கனம் செய்பவளே

ஏமாற்றம் அறிந்தும் அறியாமல் வாழ்பவளே
ஐயம் இன்றி பேசுபவளே
ஒன்றிரண்டாய் இலக்கணம் வகுப்பவளே
ஓயாமல் சுற்றும் கடிகாரமாய் சுற்றுபவளே
ஔவியம் பேசக் கற்றுத் தருபவளே
எஃகின் உறுதி கொண்டவளே

சு. ரமா
தம்மம்பட்டி
சேலம் மாவட்டம்

உந்தன் பெண்மை!!
தெருவினில் அந்நியர் குழந்தைகள் அழுதாலும்
அவள் மனம் துடிக்கும்
பேருந்தில் அந்நியர் குழந்தையை
தன் குழந்தையாக நினைத்து அள்ளி கொஞ்சுவாள்
பொது இடங்களில் தன் குழந்தை பசியால் துடித்தால்
தன் மானத்தையே தியாகம் செய்து பால் கொடுப்பாள்
அம்மா!!! என்று அந்நியர் குழந்தை கூப்பிட்டாலும்
அவளை அம்மா என்று கூப்பிடுவது போல் உணர்வாள
தன் குருதியை உயிராக்கி வாரிசாகவும், பாலாக்கி
உணவாகவும் தருவாள்

பெண் இல்லாத ஒவ்வொரு வீடும்
தெரு விளக்கு இல்லாத தெருக்கள் போல் இருக்கும்
ஒவ்வொரு வீட்டிலும்!! ஒவ்வொரு பெண்ணும்!!
ஒளிச்சுடராக பிறக்கிறாள்
மகளாய்,தாயாய், தமக்கையாய், மனைவியாய் ! தொடர்ந்து
பிரகாசித்து கொண்டே இருப்பாள்
தாய்யுள்ளம் நிறைந்த!!ஒவ்வொரு பெண்ணும்
பிறப்பதற்கு
இந்த பூமி என்ன புன்னியம் செய்ததோ? தெரியவில்லை
இந்த பூமியே!! பெண்மையினால், புனித பூமியானது

பெண்மையை போற்றுவோம்!!!!

வணக்கம்!!

K. Rajashree
Cuddalore
veppur
B. Sc maths
Ilam thedi kalvi volunteer

பெண்மை என்றேன்..
மென்மை என்றே ஒலிக்க கேட்டேன்

ஒற்றை நிலவின் குளிர்த்தீண்டி வெட்கம்
கொண்டாடிடும் மலரின்
இயல்பானது..

ஆழியின் அகண்ட ஆழ் உலகில் நிறைந்த மௌன
மொழியானது

மழை நின்ற பின்பும் நீர்த்துளி சுமந்து சிலிர்த்து நிற்க்கும்
புல்லின் பசுமையென்பேன்

இன்னும் இன்னும் எதுவாகவும் அதுவாகவே
உந்தன்பெண்மை மிளிர்கையில் வார்த்தையின்றி
புன்னகையை பதிலாக்கி
மௌனமாகிறேன்...

கவிஞர்.பஷீலா

உந்தன் பெண்மை

உதட்டளவிலோ
உள்ளூறுப்பிலோ
உறைவதுவோ
உந்தன் பெண்மை
உயிர் வரை
உள்ளூரப் பாய்ந்து
உபரியாய்
உவர்ப்பு நீரதனை
உழலச் செய்தே
உன்னை
உயிர்ப்பித்திடும்
உன்னதமே அவள்
உந்து சக்தியாய்
உருமாறி
உதிரத்தில் கலந்தவள்!!!

ராஜலெட்சுமி e.p

கவிஞர் இளமதி
என்னை பற்றி :

நான் கணினி ஆசிரியராக அரசு மேல் நிலைப் பள்ளியில் வேலை செய்கிறேன். கடலூர் மாவட்டத்தில் நெய்வேலியில் வசிக்கிறேன்.
பிரதிலிபியில் கதைகள் எழுதிக் கொண்டு இருக்கிறேன்.

விழித்தெழு பெண்ணே...!

அகண்ட இவ்வுலகை ஆள்வதற்கு
        அதிகாரக் கூட்டத்திடம் அடங்கிப்
                        போகாமல்
ஆற்றாத் துயரை அடக்கிட
        ஆக்கம் நிறைந்தவளே எழுந்திடு...!

இல்லம் சிறப்பு பெற
        இவ்வுலகை நேர்வழியில் ஆளவும்
ஈடோ என சாடும் ஆணினத்திற்கு
        ஈடு என சொல்லிட எழுந்திடு...!

உனக்கான விடியலை உருவாக்கிட
        உறுதி கொண்டு எழுந்திடு
ஊரார் உனை போற்றிட
        ஊனப்பார்வை பார்ப்பவனை
                புறந்தள்ளி எழுந்திடு...!

எட்டி அடியெடுத்து பாரதி கண்ட
                புதுமை பெண்ணாக
எதையும் சாதித்திடுவேன் என
                எழுந்திடு...!
ஏட்டுக் கல்வி கற்று சாதனைகள்
                புரிவதிலும்
இவளுக்கிணை யாருமில்லை என
                எழுந்திடு...!

ஐயத்தின் வலையயருத்து
        ஐயம் இன்றி வாழ்ந்திட எழுந்திடு
ஒப்பற்ற பெண்ணினத்தை இவ்வுலகில்
        ஒடுக்குவதை எதிர்த்திட எழுந்திடு...!

ஓதுவதற்கு தடை செய்த காலம் போய்
        ஓதும் தொழிலை செய்ய துணிந்து
                எழுந்திடு
ஒளவை தந்து சென்ற ஆத்திசூடிக்கு
        ஒளடதமாக வாழ்ந்தது போதும்
                எழுந்திடு...!

இஃது இவளுக்கில்லை ஈடு என
                வாழ்ந்திடு...!
நேர்க்கொண்ட பார்வையோடு
        வீரநடை போடு பெண்ணே
இப்பாரதம் போற்ற வாழ்ந்திடு
                பெண்ணே...!!!

.......Young Moon 🌙✨

எழுதுகோலில் மை நிரப்பி
தாளில் நுனி பதித்து எழுதத் தொடங்கினேன் என்
கவிதையை

கனவிலும் எதிர்ப்பாரேன் அன்று
கற்பனைக்கும் எட்டாத காப்பியம் படைக்க உள்ளேன்
என்று

பெண்ணவளின் பெண்மை போதைப்பொருளாய்
விலைப்போக

எவருக்கு விளங்கும் அவளின் பெண்மை பற்றி

அழகில் மயங்கும் உனக்கு எப்படி புரியும் அவளின்
பெண்மை பற்றி

வீட்டோடு கட்டிப்போட மட்டுமே தெரிந்த உனக்கு
எப்படி தெரியும் பின் அவளின் பெண்மையில்
மறைந்திருக்கும் திறமைகளை பற்றி

அடக்க அடக்க அடங்குவதால் அவளின் பெண்மை
காணாமல் போகுமோ

பெற்றவள் நினைத்திருந்தால் பெண்மை இல்லாமல்
தாய்மை வந்திருக்குமா இல்லை
உன்னை அரவனைக்கத்தான்
இன்னொரு பெண்மை கிடைத்திருக்குமா

காலையில் எழுந்து சமைக்க
ருசிக்கு உன்ன

உன் ஆசைக்கு இனங்க நீ இஷ்டத்திற்கு அதட்ட அவள்
தன்னிலை மறந்து , தன்னையும் இழந்து வாழ
பெண்ணவளின் பெண்மையும் அடிமையா ???

ஏதும் பேசா ஊமையாய் வாழ பிறர் பாவமாய் பேச
பெண்ணவளும் பாவமா

எதுவும் வேண்டாம்
சீரும் சிங்கமாய் வேண்டாம் பாயும் புலியாக வேண்டாம்

எழுவோம் புயலாய் சுழல்வோம் காற்றாய்
பெண்மை என்னவென்று உணர்த்த

மாறட்டும் வரலாறு
படிக்கட்டும் அனைவரும்

பெண்மை படைத்த சாதனைகள் கூறும் சரித்திர
வரலாற்றை

இனியாவது நிமிர்வோம்
அகிலமே நிமிர்ந்து பார்க்கட்டும் !!!...

கவிஞர் ராஜேஸ்வரி கல்லூரி